Hồn thôi mưa tạnh

Nguyễn Thành

Hồn thôi mưa tạnh

Nhân Ảnh
2018

Hồn thôi mưa tạnh

Thơ **Nguyễn Thành**
Bìa: **Khánh Trường**
Trình bày: **Nguyễn Thành & Lê Hân**
Kỹ thuật: **Tạ Quốc Quang**
Nhân Ảnh Xuất Bản **2018**
ISBN: **9781989924075**
Copyright © 2018 by NguyenThanh

ỜI MỞ ĐẦU

Như một lãng tử kết thúc khoảng đời bôn ba qua trăm nẻo đường trần, với tuyển tập ra mắt đầu tay Hồn Thôi Mưa Tạnh, nhà thơ Nguyễn Thành chính thức đến với độc giả qua tác phẩm riêng của mình.

Say mê từ những buổi đầu ngồi ghế nhà trường, nhưng mãi sau này Nguyễn Thành mới đến với thơ và được bạn bè biết nhiều qua văn hóa mạng. Thơ anh không lạ với mọi người, nhưng hầu hết được in chung tuyển tập nhiều tác giả và để lại rất nhiều cảm xúc cho giới yêu thơ.

Tốt nghiệp ngành Cơ khí và Quản trị kinh doanh, Nguyễn Thành lang bạt trên con đường mưu sinh mà hiếm có bạn bè nào tin rằng anh sẽ đến với thơ. Vậy mà khi bước vào tuổi "tri thiên mệnh", người quen bắt đầu ngạc nhiên khi phát hiện nhân tố tài hoa với những bài thơ giàu tính văn học, đầy ưu tư, trắc trở của kiếp nhân sinh. Thơ Nguyễn Thành hiền hòa bao dung, có khi mang âm hưởng Thiền học như chính con người đời thường của anh. Không bon chen. Không danh vọng. Không mơ tiền tài và một cuộc sống xa hoa. Nguyễn Thành đến với thơ bằng sự Ung Dung Tự Tại, không quan tâm Được, Mất, Bại, Thành. Và từ đó chất thơ anh trải rộng, chinh phục người đọc bằng Tâm Thơ trong sáng như chính con người thật của mình.

Như một nghệ nhân truy tìm chân lý trong sáng tác, Nguyễn Thành mài giũa con chữ để đắp thịt cho tác phẩm. Chất thơ anh bao gồm cả Thực, Hư... Trong đó tình yêu gia đình được thể hiện pha trộn giữa quá khứ và hiện tại, dung hòa cả trong và cảm xúc bất chợt bên ngoài để nói lên tình cảm sâu nặng, nhưng không thiếu đi bóng dáng người vợ hiền, gắn bó từ những tháng năm gian khó...

Lời thơ như xoa dịu, khuyến nhủ: Hãy quên đi những khó khăn trong đời sống, và đến với nhau bằng tâm thức Gừng Cay Muối Mặn... Của sự nguyên sơ Ngày Ấy, mặc dù tuổi tác đã chất chồng...

"Ngủ đi em đã khuya rồi
Đừng thao thức mãi trăng ngời rụng đau
Vàng đêm chiếc bóng dãi dầu
Ngỡ ngàng chăn gối canh thâu tiếc thầm

Kệ đi em... dẫu lỡ lầm
Có qua dâu bể sóng ngầm mới khôn
Ngã đau đừng để chân chồn
Phủi đi dĩ vãng cảm ơn cuộc đời..."
(Mai Em Đánh Thức Nụ Cười)

Hoặc:

*"Ta vẫn tỉnh mê trong chốn vô thường
Muốn tìm về cội nguồn trong tiềm thức
Gõ cửa mùa Xuân cũ
Tìm lại vị ngải hương ta say từ dạo ấy..."*
(Gõ Cửa Mùa Xuân Cũ)

Sự Chân Thực trong thơ Nguyễn Thành không chút khoa trương, che giấu. Tính cách mạnh mẽ thời trai trẻ bộc lộ không sợ sệt, chẳng ma mị, mà rời xa thực tiễn. Tình yêu ngộ nghĩnh của tuổi mới lớn, sự lười nhác, được thể hiện ngay thẳng, thành thật, không cần che đậy của một đấng nam nhi đứng giữa đất trời...

*"Lạ thật
Thuở ấy
Oánh lộn với thằng to con chẳng sợ
Nhưng đứng trước cô gái bé tẻo teo
Tim đập bình bịch muốn rớt ra ngoài
Chỉ có mấy từ thôi
Mà cứ ấp úng mãi chẳng thành lời
Dù hôm trước đã tập nhuần nhuyễn trước gương..."*

*"...Lạ thật
Bố mẹ dặn làm việc này, việc kia
Cứ chây ra hẹn ngày mai, ngày mốt*

Em có ý muốn nhờ chút chuyện
Chưa hiểu đầu đuôi việc gì
Đã xăn tay áo xông xáo suốt ngày đêm
Đổ mồ hôi, tứ chi rã rượi
Vẫn cố cười, chuyện nhỏ mà em..."
(Lạ Thật)

Thơ Nguyễn Thành cảm nhận nỗi đau nhân sinh từ các bậc thi tài đi trước, như: Hàn Mặc Tử, Hoàng Cầm, Xuân Diệu, Nguyễn Bính.... Chia sẻ sự ngậm ngùi đầy thi hứng với ánh trăng, thôn Vĩ Dạ, lầu Ông Hoàng và cả Diêu Bông với sự ta thán, thương cảm...

Mất mát nào trong tình yêu mà không để lại chút buồn, vị đắng... Và ai biết được chính Nhà thơ cũng từng có một cuộc tình thời niên thiếu để ấp ủ, mộng tưởng, rồi say với chính mình. Cơn say Nguyễn Thành là cơn say của lý trí, để lại bài học sâu sắc về "men sầu". Uống say diệt sầu, nhưng rồi chợt phát hiện khi tỉnh lại "sầu lại càng sâu"... như trong Sầu Quanh Chén Rượu Rơi Buồn, Cái Bóng Dửng Dưng. Rồi "Tình cờ góc phố gặp nhau..." trong Lỡ Làng Giấc Mơ...

Chất liệu đa dạng và phức tạp trong thơ Nguyễn Thành bộc lộ vốn sống phong phú, sự trải nghiệm tuyệt vời về nhận thức. Điều đó khiến thơ của anh khắc khoải về Cõi Ta Bà mà con người cứ loanh quanh nhưng không thoát ra được. Nó như cái mạng nhện Yêu, Buồn, Cười, Khóc... chỉ nên Cảm, để Hiểu, rồi sẽ không còn Đau...

Ý thơ Nguyễn Thành có lúc như thét gào về cái đã đánh mất: Tuổi trẻ, tình yêu, sự nghiệp... Nhưng khi ý thức được quy luật thời gian thì biết buông bỏ, để giữ lấy sự thanh thản tự cõi lòng...

"Góc trời con nhện giăng tơ
Ai treo nỗi nhớ phất phơ tháng ngày
Mưa chiều đọng giọt lệ cay
Để đêm ngậm ngải tìm ray rứt sầu..."
(Riêng Một Góc Trời)

"Rượu sầu men ủ ái ân
Tình trơ cạn đáy đêm tàn hắt hiu."
(Đêm)

"Xin làm ngọn cỏ giữa đông
Trầm đêm giá lạnh hứng tròn nỗi đau
Đất trời chung nỗi dãi dầu
Tiễn người qua bến hoa cau rụng dần..."
(Tự Tình)

"Ngoảnh lại thấy ta đã cuối đường
Chẳng còn ngã rẽ ở muôn phương
Giữa trời khắc khoải chiều hư nắng
Khoác áo vô thường dạ vấn vương..."
(Tàn Năm Bóng Lệch)

Tư tưởng tác giả đôi khi mâu thuẫn, dằn xé... Thơ có lúc như cam chịu. Có lúc lại bùng nổ quyết liệt đến không ngờ. Có lúc như một thiền sư đắc ngộ chân lý giải thoát, để thế giới con chữ rộng mở, không còn sự ràng buộc giữa bản thể và thi ca, giữa hiện thực và tuổi tác... Nhưng từ đó chất thơ trở nên đa dạng, với nhiều màu sắc thuyết phục bằng câu từ được đẽo gọt qua bàn tay khéo léo của nhà chạm trổ. Tất cả như quy về, tỏa sáng trong Hồn Thôi Mưa Tạnh, dâng hiến cho bạn đọc những cảm xúc Thật đến không ngờ...

MacDung
Sài gòn, 24-2-2018

Lời Tựa

Viết về người thầy, người bác và là tác giả tôi kính trọng, ngưỡng mộ; duyên cớ dẫn Nguyễn Thành đến với văn chương, khiến tôi bất chợt liên tưởng tới câu văn nổi tiếng của đại văn hào người Nga – F. M. Dostoyevsky: *"Cái đẹp cứu rỗi thế giới."*

Nguyễn Thành yêu thơ từ thuở học trung học. Vì hoàn cảnh, Nguyễn Thành phải bươn chải với đời, thôi *"Mơ theo trăng và vơ vẩn cùng mây"*, bỏ lại phần hồn cùng ngọn lửa yêu thơ leo lét sau lưng. Bằng một thời gian, việc làm ăn không mấy suôn sẻ, công việc ngừng trệ nên Nguyễn Thành buồn tìm quên trên mạng. Từ đó Nguyễn Thành tiếp xúc blog và mạng xã hội Facebook. Chính nơi mạng ảo, Nguyễn Thành gặp Sỹ Liêm (tác giả các tập truyện ngắn và thơ xuất bản trong và ngoài nước) dẫn dắt, khơi gợi hồn thơ nguội lạnh năm nào.

Đường thơ Nguyễn Thành, theo thiển ý tôi có thể chia thành 3 chặng: Yêu thích – Bỏ quên – Vun đắp (phát triển). Nói như thế, để thấy Nguyễn Thành bước chân vào sinh hoạt chữ nghĩa trong tâm thế "vô tư" hòng giãi bày, chia sẻ nỗi niềm cá nhân nhiều hơn ý định tô vẽ bản

thân kiếm chút công danh, hay mong một "chiếu ngồi" vững giữa làng văn. Lẽ đó, thơ Nguyễn Thành là sự khắc họa cuộc sống mình (người) hơn việc nghệ thuật hóa trang viết.

Mang tâm tưởng đây chỉ là cuộc dạo chơi chữ nghĩa không hơn không kém, Nguyễn Thành không mảy may chuyện viết nhiều/ ít. Số lượng tác phẩm Nguyễn Thành đến thời điểm hiện tại hãy còn khiêm tốn, chủ yếu là thơ, vài truyện ngắn hơi hướm tự sự bản thân cùng trên dưới 20 bài điểm sách. Ngoài sáng tác, Nguyễn Thành còn là "người đỡ đầu" niềm vui, chắp cánh cho đứa con tinh thần của nhiều bạn thơ gửi gắm được bay cao qua những lần liên kết xuất bản.

*

Quay về thi phẩm **HỒN THÔI MƯA TẠNH** dần ấm trên tay bạn thơ, chủ quan chúng ta nhận ra (sau khi khép lại **HỒN THÔI MƯA TẠNH**) rằng dường như tác giả Nguyễn Thành không nằm ngoài "quỹ đạo" sáng tạo khi chọn vài chủ đề quen thuộc, dễ chạm vào lòng người trong suốt "hành trình" chinh phục bạn đọc. Nguyễn Thành đi từ nỗi niềm cá nhân (nhìn lại con đường mình đã qua) đến rong ruổi miền ký ức với những mối tình thuở còn thơ ngây vụng dại. Sau cùng, tác giả "bắt chuyến xe" về hiện tại, về với hiện thực trước mắt, về với cảnh đời đen trắng biến thiên từng ngày...

"Ta thấy bóng ta ở cuối ngày
Theo tờ lịch tận thoảng mây bay
Như còn ấm ức điều chưa thể
Sợi tóc phai nhàu lệ trả vay."
(trích Tàn năm bóng lệch)

Về với hiện thực đâu chỉ soi rọi chính mình. Lắm lúc, một góc lặng lẽ, trầm ngâm bên ly cafe, điếu thuốc; Nguyễn Thành dành sự thương cảm, sẻ chia chua xót đến những hoàn cảnh mang đầy trắc trở giữa cuộc sống, éo le trong chuyện tình duyên.

"Ngủ đi em đã khuya rồi
Đừng thao thức mãi trăng ngời rụng đau
Vàng đêm chiếc bóng dãi dầu
Ngỡ ngàng chăn gối canh thâu tiếc thầm

Kệ đi em... dẫu lỡ lầm
Có qua dâu bể sóng ngầm mới khôn
Ngã đau đừng để chân chồn
Phủi đi dĩ vãng cảm ơn cuộc đời."
(trích Mai em đánh thức nụ cười)

Ngón tay đưa từng trang thơ lật sang, chúng ta thêm một lần xúc động, thêm thiện cảm đối với Nguyễn Thành trước tình cảm mà tác giả dành cho phái nữ. Nhân vật trữ tình xuất hiện phần lớn trong thơ Nguyễn Thành là "người em", "người đàn bà" thân thiết hoặc không quen biết đã từng tâm sự câu chuyện của mình với tác giả, hay câu chuyện tác giả nghe, biết được từ người khác; có khi nhân vật "em", "người đàn bà" ấy là người vợ ngày đêm săn sóc tác giả. Nguyễn Thành đã không "bỏ sót" ai! Tác giả gắng "ôm" mọi điều, mọi hình ảnh vào trang viết bằng tất cả sâu thẳm trong con tim chân thành thông qua kinh nghiệm trên con đường mình đã can qua, từ đó tác giả giúp nhân vật trữ tình hiểu thêm về mình, giúp người đọc thêm đồng cảm cho mảnh đời ấy, hoàn cảnh ấy.

Tôi tin chỉ những người thực sự yêu thương, hiểu phái nữ, họ mới cho ra đời nhiều trang viết tài tình như thể họ đang hóa thân sống cuộc đời người khác giới mà, không một sự lên gân giả tạo, gắng gượng nào có "cơ hội" len lỏi.

"Ta, em cùng phận đàn bà
Đời nhiều trắc trở cũng già nỗi đau
Lẽ nào chẳng hiểu lòng nhau
Em rơi lệ đắng, ta nhàu xót xa."
(trích Em đừng khóc)

"Có những người đàn bà quên son phấn
Quên cả thời xuân ôm giữ gia tài
Tương lai của con sự nghiệp chồng cha
Cổ bất quá kim tam tòng tứ đức

Rồi từng ngày chạnh lòng đêm thao thức
Canh giấc trẻ thơ ấm lạnh theo mùa
Đếm nhịp thời gian mắt thẳm song thưa
Hắt hiu chờ chồng ngược xuôi vạn lý."
(trích Có những người đàn bà)

"Em hiến ngọc ngà giữ tháng năm
Gột trong tội lỗi gã ngu đần
Từ tên khốn kiếp thành nghiêm chỉnh
Ngự giữa địa đàng với thánh nhân"
(trích Gột rửa)

"Về đi em tội tình vậy đủ rồi
Vui gì đâu khi mỗi người ôm một cõi
Mãi chì chiết nhau những điều không phải lỗi
Như trẻ con xích mích đổ thừa nhau
[...]
Có những điều ta rất hiểu nhưng lại hóa thông manh
Để cơn giận kia lấp che mờ lý trí
Khổ thân em... khổ luôn anh... thân kẻ sĩ
Cả những mái đầu xanh ngơ ngác lạnh căm run"
(trích Về đi em)

Tác giả Nguyễn Thành đâu chỉ viết những vần thơ đầy "mỏi mệt", dáng vẻ "đạo mạo" như người thế kỷ trước ta đương thấy. Thỉnh thoảng, chúng ta còn bắt gặp đôi vần thơ trữ tình, mượt mà, dễ thương của tuổi trẻ

> *"Thuở ấy ta thành kẻ tội đồ*
> *Yêu em xóm đạo tuổi ngây ngô*
> *Con tim trong trắng trao tay Chúa*
> *Để mặc ta si đến dại khờ"*
> **(trích Tình yêu Chúa lót vạt nằm)**

> *"Ngày xưa chung lối trường làng*
> *Đuổi hoa bắt bướm chiều vàng chân mây*
> *Tuổi thơ vương dấu những ngày*
> *Bên bờ suối vắng bay bay cánh diều"*
> **(trích Hoa mắc cỡ)**

*

Nguyễn Thành trung thành sử dụng các thể thơ truyền thống, như: lục bát, thất ngôn (7 chữ), ngũ ngôn (5 chữ). Tác giả không chú trọng làm mới ngôn từ mà cứ phó mặc chúng tuôn xuôi theo dòng tự nhiên. Dù âm hưởng, nội dung thơ Nguyễn Thành thường trầm, buồn, đầy nỗi niềm; tuy nhiên không vì thế mà chúng ta kết luận tác giả bi lụy, thiếu lạc quan trong cách nhìn nhận vấn đề. Nguyễn Thành cố soi rọi thực tại chẳng muốn ta bi lụy mất niềm tin, mà tác giả muốn ta dâng chút trăn trở với những mắt thấy tai nghe, không bỏ quên phần hồn ưu tư hóa vô lo, lạc quan giữa bao điều mâu thuẫn xung quanh.

Tôi chưa bao giờ nghe tác giả Nguyễn Thành đặt nặng một tư tưởng, triết lý nào lên tác phẩm mình. Tùy mỗi độc giả, họ sẽ có một hướng tiếp cận, cách thâm nhập riêng cõi thơ một tác giả. Và, khi đọc một tác phẩm, chúng ta hãy quên tác giả chúng là ai, để những gì đọng lại trong ta, ta suy xét trở nên khách quan nhất có thể.

HỒI THÔI MƯA TẠNH với tôi xứng đáng là cột mốc ghi dấu tuổi 60 của kiếp người, một sự khởi đầu để ta mong chờ!

Vy Thượng Ngã (Nguyễn Vỹ)
Sài Gòn, những ngày đầu tháng Giêng (âm lịch), năm 2018

TIẾNG THÌ THẦM CỦA ĐÊM

Đêm Sài Gòn lặng như ru
Chợt nghe nhẹ bước lãng du em về
Đắm trong hơi thở đê mê
Thoảng hương hoa mận cận kề môi thơm

Đất trời như cũng dỗi hờn
Thất thường trở lạnh ganh vờn áo hoa
Lung linh cánh nép ngọc ngà
Ướp vàng xao xuyến xẻ tà dáng mai

Đêm chao gầy guộc hình hài
Đêm nghe thác đổ trượt dài phiêu linh
Phố phường vắng ảo bóng hình
Hàng cây đứng lặng chạm tình vào xuân

Thời gian như cũng bần thần
Len qua khung cửa kết vần điệu bay
Cung đàn trỗi nốt nhạc say
Men đời sóng sánh theo mây bồng bềnh

Giao hòa vũ trụ mông mênh
Vi vu gió thổi lệch miền phù vân
Khẽ thôi nén nhịp thở trầm
Để nghe có tiếng thì thầm của đêm.

THỔN THỨC CHIỀU MƯA

Mưa cứ dập vào nỗi nhớ xưa
Trái tim đau mãi vẫn chưa chừa
Hạt rơi từng giọt sầu luồn lách
Tức bật tung mầm những chát chua

Gió xoáy cuộn buồn lá tả tơi
Mịt mù buốt ngực xám chân trời
Chất chồng hơi thở run từng nhịp
Góc khuất lại tua khúc rã rời

Năm tháng gót chai lấm bụi đường
Bao mùa đi, đến… dạ còn vương
Nhìn quanh chỉ có ta lầm lũi
Dĩ vãng đâm mù nỗi nhớ thương

Rền rĩ làm chi sấm sét ơi
Hồn ta gầm thét vợi xa vời
Ngậm ngùi ta đếm sao rơi mãi
Giữa những tầng mây phủ kín đời.

RIÊNG MỘT GÓC TRỜI

Góc trời con nhện giăng tơ
Ai treo nỗi nhớ phất phơ tháng ngày
Mưa chiều đọng giọt lệ cay
Để đêm ngậm ngải tìm ray rứt sầu

Em về từ cõi nát nhàu
Khuấy miền tiềm thức niềm đau vỡ bờ
In hình bóng chiếc lặng trơ
Bên thềm hoang phế phủ mờ ánh trăng

Vén màn khuya nhập nhoạng vàng
Gió lùa vỗ mặt ngỡ ngàng sao rơi
Mây vần vũ buốt ngực trời
Côn trùng hòa điệu cất lời nỉ non

Đường xưa hoang hoải lối mòn
Gót sần vạn dặm chưa tròn phiêu di
Tháng Năm lẳng lặng bỏ đi
Bồi hồi tháng Sáu tỉ ti khóc thầm.

TRÁI TIM KHÓC THẦM

Ai xui ném trái tim mình
Vỡ toang lồng ngực cuộc tình cũng tan
Buồn đem xác ướp mộng tàn
Hồn bay vất vưởng đêm tràn hư không

Ủ men vá vết thương lòng
Nỗi đau toác hoác kéo giông tố về
Gió luồn rít tiếng lê thê
Xô tung bóng chiếc nhào thê thảm đời

Em đi hoang hoải phương trời
Ánh vàng tóe lệ trăng cười cợt điên
Để ta ôm mặt bắt đền
Đổ thừa chăn chiếu gối mền đêm hư

Đâu rồi một chút tàn dư
Hương môi ngọt lịm chín nhừ khát khao
Vai trần phủ tóc nghiêng chao
Men say dáng ngọc chuốc nhào cõi mê

Oằn mình hòa điệu khúc nghê
Nuốt từng hơi thở lưỡi tê dại khờ
Chợt nghe buốt lạnh hững hờ
Sương tràn song cửa ướp đờ đẫn đêm

Đâu đây có tiếng khóc thầm
Trái tim lăn lóc bên thềm nỉ non...

MAI EM ĐÁNH THỨC NỤ CƯỜI

Ngủ đi em đã khuya rồi
Đừng thao thức mãi trăng ngời rụng đau
Vàng đêm chiếc bóng dãi dầu
Ngỡ ngàng chăn gối canh thâu tiếc thầm

Kệ đi em... dẫu lỡ lầm
Có qua dâu bể sóng ngầm mới khôn
Ngã đau đừng để chân chồn
Phủi đi dĩ vãng cảm ơn cuộc đời

Rồi mai đánh thức nụ cười
Mắt chao biển động liếc trời cợt vui
Cho người chếnh choáng ngọt bùi
Ai kia ngoảnh lại ngậm ngùi giấc xưa

Thả vương suối tóc trêu đùa
Thất thần mây lạc bốn mùa hoa ghen
Nhân tình thế thái chê khen
Cùng cơn gió thoảng đua chen vô thường

Đem buồn cúng Phật mười phương
Sầu theo sương khói tỏa hương Niết bàn
Mai này trau chuốt dung nhan
Vươn mình trỗi dậy cho càn khôn nghiêng.

GÕ CỬA MÙA XUÂN CŨ

Trời sáng nay lung linh tà áo mới
Đất chuyển mình rộn rã khúc nghê thường
Nắng vàng len qua nhành lộc biếc
Nhịp nhàng theo làn gió
run rẩy vũ điệu mùa Xuân...

Ta vẫn tỉnh mê trong chốn vô thường
Muốn tìm về cội nguồn trong tiềm thức
Gõ cửa mùa Xuân cũ
Tìm lại vị ngải hương ta say từ dạo ấy...

Chợt mặn đầu môi
Nghe đôi chim hót như tiếng đời gọi ta về
Bâng khuâng giữa phố
Vật vờ trên suối tóc em bay...

EM ĐỪNG KHÓC

Ta, em cùng phận đàn bà
Đời nhiều trắc trở cũng già nỗi đau
Lẽ nào chẳng hiểu lòng nhau
Em rơi lệ đắng, ta nhàu xót xa

Vui buồn rồi cũng thoảng qua
Nắng mưa bất chợt giao hòa nhân gian
Cỏ cây nào dám dở gàn
Ngả nghiêng theo gió sóng ngàn lời reo

Em vui ta thuận tay chèo
Em buồn ta ngỡ vượt đèo trùng khơi
Lắng nghe để thuận ý đời
Cung đường trăm ngả biết nơi nào lần

Mắt em hoen giữa tần ngần
Ta, người... bỡ ngỡ giữa lần lữa vui
Em đừng khóc, ta ngậm ngùi
Đời muôn ngả lỡ nào vùi giấc mơ...

CÁI BÓNG DỬNG DƯNG

Buồn thật... rượu vô càng thấy buồn
Đời như nắng ráng buổi hoàng hôn
Phất phơ ánh rải ven bờ cỏ
Từ đáy nhìn lên một chấm tròn

Vạn vật thay dời đỉnh trí câm
Sao ta lạc mãi bước âm thầm
Bàn tay khắc khoải nhàu đêm trắng
Nhân thế sắc không tóc bạc dần

Thử hỏi sao trời ta ở đâu
Ngàn tia lấp lánh gió quay đầu
Hồn hoang chếnh choáng miền vô định
Mây vẫn hững hờ mặc bể dâu

Này nợ này duyên lỡ mất rồi
Tình theo chiếc lá giấc thu trôi
Vào đông lạnh ủ niềm mơ chết
Tỉnh giấc xuân về vẫn lạnh môi

Cuối hạ đêm cuồng những vấn vương
Vòng tay trống lạnh nẻo đêm trường
Thời gian in dấu vào tâm thức
Ta thét khản trời ai khóc thương

Tình tỉnh say say ngỡ khật khùng
Khát khao mòn mỏi nụ phù dung
Gian truân tại số hay ta dại
Thử hỏi bóng mình bóng dửng dưng.

MẸ TÔI

Mẹ giờ tóc đã muôn chiều
Chiều quên, chiều nhớ thêm chiều phôi phai
Nắng tàn ru chiếc lá bay
Thu như cuối độ thoảng lay lắt buồn

Hoàng hôn nhạt ánh tà buông
Mắt mờ đau đáu thả luồn trời hoang
Mẹ bảo thằng Út nó ngoan
Mà sao đi mãi trăng loang chưa về

Thằng Hai thì cứ lề mề
Sài Gòn xuôi ngược bộn bề bể dâu
Nhớ thương trằn trọc đêm thâu
Mẹ ôm chiếc bóng cơ cầu ngày mai

Ngày mai rồi lại ngày mai
Mẹ già như chuối chín cây đợi chờ
Hoa xuân nở muộn bên bờ
Con đây ôm cả một trời quắt quay...!

ĐÊM

Đêm hoang khắc khoải bên thềm
Rượu chưa nhấp đã say mèm tương tư
Hồn phiêu lạc bước cõi hư
Vương miền thương nhớ ngất ngư lối về

Liêu xiêu nhặt nhạnh câu thề
Đêm trường quạnh quẽ bốn bề hư không
Thả vào lòng biển đợi trông
Nhịp cơn sóng vỗ mênh mông nghê thường

Ánh trăng rơi chạm trùng dương
Vỡ tan ngàn mảnh sóng vương xô bờ
Ngàn năm vách đá đợi chờ
Buồn nghe khúc hát hững hờ phôi phai

Đường về vương vấn bóng ai
Chông chênh lối cũ mộng hoài cố nhân
Rượu sầu men ủ ái ân
Tình trơ cạn đáy đêm tàn hắt hiu.

ĐÊM LẠC LOÀI

Cơn gió nào đi lạc
Lẻn vào giấc mơ tôi
Thì thầm lời tình tự
Trong giấc ngủ bồi hồi

Đêm xô bờ nổi loạn
Đi kiếm bóng hình ai
Đời loanh quanh mộng mị
Hư ảo ánh vọng hoài

Trăng treo đầu ngọn liễu
Vàng loang lổ bên thềm
Xào xạc nhành cây gãy
Bước chân lạc lõng đêm

Phải em về cuối ngõ?
Thoắt ẩn hiện chập chờn
Giữa triền nghiêng hư ảo
Cho nghèn nghẹn dỗi hờn

Nắng thò tay qua cửa
Giật mí mắt chây lười
Trở mình đêm hừng sáng
Nhịp thở buồn chơi vơi…

ÔM HƯ ẢO TRĂM NĂM TẬT NGUYỀN

Đêm nghe có tiếng thở dài
Gối chăn cựa quậy lạc loài tìm nhau
Bỏ ta trơ lạnh giấc nhàu
Chìm trong mộng lỡ nhuốm màu rêu phong

Trái mùa thốc cửa gió đông
Phủ miền sương trắng lên ngồng vườn hoang
Sót trên vạt chiếu đốm trăng
Như còn vương vấn ôm quàng bóng côi

Đêm nghe dạ khúc bồi hồi
Côn trùng hòa tấu tiếng tơi tả buồn
Nhớ hương ấm cũ bồn chồn
Trở mình giường chiếu vô hồn lạnh căm

Em đi bỏ lại chỗ nằm
Ta ôm hư ảo trăm năm tật nguyền
Tháng năm rơi rớt khải huyền
Thuyền về bến cũ neo miền lãng quên

Nhấp nhô con sóng chông chênh
Bờ xa bàng bạc cõi lênh đênh sầu
Ngậm ngùi thấm cuộc bể dâu
Ngẩng lên đã thấy bạc đầu hết xuân.

CÓ NHỮNG NGƯỜI ĐÀN BÀ

Có những người đàn bà quên son phấn
Quên cả thời xuân ôm giữ gia tài
Tương lai của con sự nghiệp chồng cha
Cổ bất quá kim tam tòng tứ đức

Rồi từng ngày chạnh lòng đêm thao thức
Canh giấc trẻ thơ ấm lạnh theo mùa
Đếm nhịp thời gian mắt thẳm song thưa
Hắt hiu chờ chồng ngược xuôi vạn lý

Có những lúc bâng khuâng đời chưa phỉ
Còn chút xuân thì còn chút phong hoang
Chợt động lòng soi bóng đã chiều sang
Gợi chút tàn phai đong đầy mơ ước

Phút xao lòng kệ đời sao cũng được
Thỏa trái tim khao khát mộng vô thường
Cháy bỏng buồn vui vô ngã nợ vương
Quẳng hết hạnh dung trầm mình hoan lạc...

Cánh cửa kia bước qua là giải thoát...?
Xoải cánh chim vô định biết về đâu
Cay đắng ngọt bùi mưa gió trời ngâu
Vạn nẻo đường có đâu như mộng tưởng

Tiếng thở dài trong đêm trường vượt ngưỡng
Lắng xuống lòng vời vợi tiếng biển ru
Tim hoang lạnh theo nhịp thở lệ mù
Thả buông xuôi chờ thêm ngày nắng mới.

LẠ THẬT

Lạ thật
Thuở ấy
Oánh lộn với thằng to con chẳng sợ
Nhưng đứng trước cô gái bé tẻo teo
Tim đập bình bịch muốn rớt ra ngoài
Chỉ có mấy từ thôi
Mà cứ ấp úng mãi chẳng thành lời
Dù hôm trước đã tập nhuần nhuyễn trước gương...

Lạ thật
Bố mẹ nói điều gì không vừa ý
Mặt cau mày có trả lồi trả lõm
Em mới gắt một câu
Cứ thộn mặt ra như phỗng đá
Cười vô duyên như thằng ngốc được quà...

Lạ thật
Bố mẹ dặn làm việc này, việc kia
Cứ chây ra hẹn ngày mai, ngày mốt
Em có ý muốn nhờ chút chuyện
Chưa hiểu đầu đuôi việc gì
Đã xăn tay áo xông xáo suốt ngày đêm
Đổ mồ hôi, tứ chi rã rượi
Vẫn cố cười, chuyện nhỏ mà em...

Lạ thật
Đầu đội trời, chân đạp đất
Quyết phỉ chí nam nhi lăn lộn với trường đời
Sẵn sàng đối đầu với thử thách
Gặp em bên đời... ta quên hết nỗi gian truân...

Lạ thật
Theo thời gian tưởng đá hóa vàng
Mọi thứ đều trưởng thành cùng ngày tháng
Cứ nghĩ chẳng còn xao xuyến trước hồng nhan
Vậy mà gặp em... chững chạc bay đâu mất
Cứ luýnh quýnh như mèo ăn mất lưỡi
Y như thằng trẻ con của ngày xưa...

Lạ thật...

Nguyễn Thành

CÁI BÓNG TA ĐÂU...? BÁN MẤT RỒI

Nhặt mảnh trăng rơi vương dốc đời
Mang về ấp ủ ánh tàn hơi
Hắt hiu vàng tỏa lan không đủ
Loang lổ sầu đêm phủ mặt người

Mua bóng tôi đi, rẻ bán luôn
Vừa mua vốc rượu khóc quay cuồng
Làm thân tảng đá bên bờ vắng
Nheo mắt nhìn trần nhuộm gió sương

Ừ... ta đất đá vật vô hồn
Thinh lặng hồng trần giữa dại khôn
Nghễu nghện thi gan cùng tuế nguyệt
Muôn chiều bóng ngả tắt hoàng hôn

Phủi tay rũ bỏ... thấy vô thường
Thế sự xoay vần vẫn nhiễu nhương
Ngoảnh lại sủi tăm sầu uất ức
Ngã nhào tức tưởi lặng hư không

Cái bóng ta đâu...? Bán mất rồi
Bán cho ngày tháng, gió mây trôi
Ganh đua phủ nhuốm đời đen bạc
Nhìn lại giang sơn khóc ngậm ngùi...

Này uống cùng nhau tiễn bóng đi
Uống cho bạc thếch tuổi xuân thì
Rồi mai lỡ hẹn non cùng nước
Nguyện kiếp lai sinh phất nhạc kỳ...

MƯA HẠ

Gắt gay con nắng hạ về
Bóng ai đổ hắt lê thê bên đường
Giữa đời vội vã chẳng vương
Hồn buông theo gió thoảng nương ráng chiều

Chậm từng bước ngả liêu xiêu
Khát khô ký ức thầm kêu hoang đàng
Tháng Tư mất ánh hoa vàng
Bàn tay xòe những ngỡ ngàng vào mưa

Đầu mùa giọt đậm giọt thưa
Dội vào loang lổ tình xưa xa rồi...

SOI ĐỜI HẨM HIU

Buồn như trấu cắn... trời ơi!
Ai thò tay bóp tả tơi cõi lòng
Cho hồn rách cả hư không
Để đêm mòn mỏi ngóng trông mộng về

Bóng câu đằng đẵng lê thê
Năm canh đau đáu ánh nghê cõi nào
Gió lùa song cửa rì rào
Xô nghiêng bóng tối ngả vào tịch liêu

Xòe bàn tay đã ngả chiều
Lóng hư kẽ ngón trăm điều hư hao
Úp vào mắt thấy ánh sao
Gần xa huyễn ảo... nghẹn ngào tim đau

Trở mình chăn chiếu nát nhàu
Chênh vênh sóng vỗ như tàu giữa khơi
Ném buồn hoang cả bầu trời
Nguyệt giăng ánh khuyết soi đời hẩm hiu.

TỰ TÌNH

Xin làm ngọn cỏ giữa đông
Trầm đêm giá lạnh hứng tròn nỗi đau
Đất trời chung nỗi dãi dầu
Tiễn người qua bến hoa cau rụng dần...

HOÀI CẢM

Hoàng Cầm tìm lá diêu bông
Bốn lần chị phủi tay
bạc hết cả xuân thì...

Thuở ấy!
Em bảo ta đi kiếm danh vọng
Ta ngược xuôi Đông Tây chưa phỉ chí...

Chợt một ngày!
Cháy lòng hôm tiễn em sang sông
Ta dõi theo bóng em mờ dần trên dòng đời
nghiệt ngã
Mà không hiểu?

Nhìn lại bàn tay trần trụi
Đôi chân mệt mỏi lạc lối về...!

LẠC BẾN

Chiều nay pháo nổ nhà ai
Hồn ta biệt cõi thiên thai lưu đày
Tịch đêm xua bóng của ngày
Ôm ru giấc ngủ tỉnh say nghẹn lòng

À ơi... con sáo sang sông
Diêu bông anh hái đủ vòng tay ôm
Đem về gối mộng chiều Đông
Để Xuân rực nở bên dòng sông xa

Con tàu lạc bến sân ga
Chơi vơi lỡ bước đời tha phương sầu
Gió đưa mây dạt về đâu?
Cho ta chắp tiếp cánh sầu thiên thu

Tình như giấc mộng phù du
Mượn men cay đắng ta ru tháng ngày
Khung buồn đón gió heo may
Lùa song lạnh buốt... đêm lay lắt tàn.

LƯU LY
(FORGET ME NOT)

Chiều hoang xào xạc lá vàng rơi
Từng chiếc chao nghiêng sóng sánh đời
Bóng lẻ liêu xiêu mòn lối cũ
Ăn mày dĩ vãng mộng chơi vơi

Người đi xa tít ta sầu thức
Ôm nhánh lưu ly xót đoạn trường
Năm tháng phai dần miền ký ức
Bình khô cạn đáy dạ vấn vương

Đêm tàn hiu hắt nốt trầm hư
Nghiệt ngã bủa quanh tim nát nhừ
Réo rắt cung đàn thêm chếnh choáng
Bên thềm hoang hoải giấc phù du

Vầng trăng khuyết mảnh treo đầu ngõ
Tỏa hắt ánh buồn ngọn sóng nương
Lạnh lẽo xô bờ ôm bến cũ
Hồn ta thiếu nửa đóa vô thường.

GỘT RỬA

Ta vén rèm đời vương tóc em
Thẳm sâu thức dậy những khát thèm
Mây huyền siết chặt chân cuồng dại
Để gót sần chai bỗng hóa mềm

Ta ngã xuống đời vương mắt em
Thu ba dậy sóng biển êm đềm
Mà sao nghẹt thở tim giãy giụa
Trời cũng xoay tròn, đất ngả nghiêng

Ta lỡ cuộc đời xót - đắng - cay
Vương bờ môi ngọt xóa đêm ngày
Hương thơm phảng phất hồn lơi lả
Quên hết kiếp người nợ trả vay

Ta đã khô cằn... cỗi xác thân
Mặc cho thế sự vẫn xoay vần
Thả hồn ngây ngất trên da thịt
Mạch máu hồi sinh thúc nảy mầm

Em hiến ngọc ngà giữ tháng năm
Gột trong tội lỗi gã ngu đần
Từ tên khốn kiếp thành nghiêm chỉnh
Ngự giữa địa đàng với thánh nhân.

HOA DẠI BÊN ĐƯỜNG

Trầm đêm nghe tiếng quạ kêu
Ánh trăng lấp ló như trêu phận người
Cũng cùng cánh liễu hoa đời
Người tung kẻ hứng, người mời phong sương

Trốn ngày... buôn phấn bán hương
Ngoài tươi trong héo chín phương nát nhàu
Cuộc vui dưới ánh đèn màu
Tiếng rên xen lẫn niềm đau nghẹn ngào

Bạc tiền hong mắt lệ trào
Ai đem nghiệp chướng buộc vào thân em
Đoạn trường lỡ phải lấm lem
Để em đau đáu khát thèm niềm riêng

Thèm ngày chiều nắng nghiêng nghiêng
Tóc mây xõa bóng bên hiên đợi chờ
Nôn nao sau dáng hững hờ
Cho ai bối rối mà vờ bạo gan...

Niềm mơ thoáng chốc vội tan
Phương nào xa quá dặm ngàn mong manh
Đèn khuya nhấp nháy đỏ xanh
Chân quen phố lạ... chòng chành nỗi đau.

CÓ NHỮNG...

Có những tình yêu rất dại khờ
Đuổi theo bóng ảo mãi ngu ngơ
Nhặt từng mảnh vỡ tình rơi rụng
Mượn ánh trăng vàng kết ý thơ

Có những tình yêu mãi đợi chờ
Từng đêm gối chiếc mộng vu vơ
Năm canh thao thức lòng trăn trở
Chén rượu vơi đầy dạ chỏng chơ

Có những tình yêu vướng đọa đày
Nợ duyên chưa đủ nghĩa nồng say
Trái tim lỡ nhịp đời hai ngả
Khắc khoải ráng chiều mắt lệ cay

Có những tình yêu đến vội vàng
Ái ân vừa chớm đã sang ngang
Bên sông sóng vỗ xô bờ cũ
Khóc phận rong rêu đến muộn màng

Có những tình yêu sớm đoạn trường
Mắt buồn ngơ ngác lệ sầu vương
Bước chân hụt hẫng đưa về đất
Di ảnh vô hồn phủ khói sương

...
Có những hồn thơ hóa dại cuồng
Cho tình biến ảo bút nghênh ngông
Tỉnh điên ném cả vào câu chữ
Dậy sóng cuồng si ngập ngút lòng...

NGU NGƠ

Em ôm chiếc bóng hư
Để thời gian lầm lỡ
Hết canh tình chưa ngộ
Ngày dài mãi ngẩn ngơ

Ngỡ kia có ai chờ
Dạ buồn lên men đắng
Tim run đêm tĩnh lặng
Ngực gầy buốt ngu ngơ

Suối mắt đọng lệ khờ
Môi ngoan hằn rêu phủ
Núi đồi cơn gió hú
Hình hài chợt đi hoang

Vuốt ve ánh trăng vàng
Lần khân tìm hơi ấm
Giọt sương căng hờn giận
Phôi phai nét trang đài

Với theo cánh chim bay
Rơi vào miền thương nhớ
Lạnh tràn qua con phố
Hoang hoải cả lối về...

SÀI GÒN

Sài Gòn chẳng có thu, đông
Nên xuân thắm mãi trên dòng bể dâu
Hong thêm nồng hạ dãi dầu
Nụ cười chớm những cơ cầu nắng mưa

Sài Gòn đỏng đảnh đong đưa
Như mời mọc... như dạ thưa níu người
Đất lành thỏa sức cuộc chơi
Được thua, thành bại vẫn cười ung dung

Sài Gòn chẳng nợ người dưng
Mà sao duyên chặt như từng cột nhau
Đến, đi dạ cứ rối nhàu
Chân chưa mòn lối đã đau con đường

Sài Gòn viễn xứ còn vương
Hồn trên đất khách nhiều nhương ngày về
Nhớ từng góc phố tỉ tê
Nhớ cô bán quán lời thề lả lơi

Sài Gòn da diết góc trời
Dậy cơn sóng vỗ vợi vời trùng dương
Tháng năm vẫn mãi tỏ tường
Cái nôi hòn ngọc cung đường Viễn Đông...

MỘNG NGÀY

Ta đã mơ em giấc mộng dài
Mắt môi thấm đẫm sắc hồng phai
Nghe từng hơi thở nồng say đắm
Xô bóng của đêm ngả bóng ngày

Gió lạnh lùa mành trúc trắc nghiêng
Gối chăn than thở vọng hai miền
Mưa bay rèm bạt hồn hoang hoải
Thổn thức ùa về dạ đảo điên

Sương trắng phù du vỗ mặt người
Bàn tay suôn lẻ đẩy đưa nôi
Tiếng ru phảng phất thời gian lặng
Những ngón vô hồn giữa biển khơi

Nghe thoảng ôm em giấc ngủ vùi
Ta gom đày đọa giả chung vui
Liêu bồng phảng phất trăng nghiêng ngả
Tỉnh mộng trăm năm tiếc ngậm ngùi.

Ừ THÌ THÔI!

Thôi vui, thôi khóc, thôi cười
Thôi buồn, thôi giận, thôi đời oan khiên
Thôi tình giấu mặt giả điên
Mày cau mắt liếc xô nghiêng bóng tà

Thôi luôn hơi thở mù lòa
Bờ môi kề cận hồn xa phương nào
Từng đêm giấu lệ nghẹn ngào
Oằn thân xác mỏi tay cào huyệt sâu

Ừ thì thôi... nợ gì nhau?
Mà sao quanh quẩn ôm sầu trăm năm...
Từ nay thôi giấc mơ thầm
Tơ hồng lỡ buộc cởi dần trả nhau

Trói chi ân nghĩa mà đau
Khói sương mộng mị nát nhàu cõi yêu
Ừ thôi cố nén bao điều
Ta thầm rũ kiếp rong rêu lỡ làng...

HƯ

Hư... trời ném xuống trần gian
Trái tim tan tác hoang đàng tứ phương
Giờ ta đứng ở giữa đường
Nguyệt treo hiu hắt ánh vương ngân hà.

Ngổn ngang... len lén bò ra
Cấu cào tâm thức sa đà trời đêm
Bóng ai ngả ngớn bên thềm
Mặc ta thét lặng mỏi mềm gót chân

Tính về trời đã bao lần
Mà tay thiên sứ cứ loanh quanh chuồn
Trần gian buồn đã rập khuôn
Mộng tan gió cuốn sầu luồn chân mây

Chẳng trách thi sĩ tỉnh say
Như ông Mặc Tử cuồng bày bán trăng
Đẩy đưa một cõi sang ngang
Lầu Hoàng soi bóng lỡ làng thiên thu

Ngậm ngùi giấc mộng phù du
Phải đâu dâu bể mà hư hao mình
Chẳng qua vướng nợ chữ tình
Sợi dây oan nghiệt vô minh đọa đày

Chênh chao theo chiếc lá bay
Chiều qua phố cũ nhớ ngày biết đau
Đã hai thế kỷ nát nhàu
Mưa giăng khóe mắt thấy màu biệt ly...

SẦU QUANH CHÉN RƯỢU RƠI BUỒN

Mặc kệ tiếng đời lanh lảnh kêu
Thi ca chợ ế buổi tan chiều
Gieo vần, nối chữ tàn thương tích
Bụng đói, mắt mờ vẫn cứ phiêu

Mặc Tử liều chưa…? Bán cả trăng
Mộng Cầm thổn thức chốn Ông Hoàng
"Đây thôn Vĩ Dạ" miền xưa Huế
Hai bóng giai nhân khóc võ vàng

Xuân Diệu xua tay tắt nắng ngày
Cho màu mắt ngọc đắm hương say
Theo tình mải miết đời không tuổi
Về chốn tuyền đài vẫn trắng tay

Nguyễn Bính ươm đời "Cô hái mơ"
Hẹn trăng, hẹn gió phủ sương mờ
Mồng tơi leo giậu qua hàng xóm
Ngọn biếc xanh trời lay phất phơ

Hoàng Cầm thiên lý kiếm diêu bông
Từ thuở còn son đến nạ dòng
Chị phủ mặt em khi thấy lá
Tình buồn theo lá thả trôi sông

...
Chén rượu chan sầu vẫn cố vui
Người xưa vùng vẫy đến chôn vùi
Riêng ta quanh quẩn tình vuông chiếu
Chiếc bóng nhạt phai tủi ngậm ngùi.

LỠ LÀNG GIẤC MƠ

Tình cờ góc phố gặp nhau
Chạm đôi mắt liếc gam màu lạnh băng
Nắng chang chang rực ánh vàng
Mà sao giá buốt bẽ bàng con tim

Nép mình theo dấu chân chim
Mong em ngoảnh lại vờ nhìn tí thôi
Tí thôi cũng đủ bồi hồi
Tí thôi cũng đủ một thời xôn xao

Lạnh lùng dáng liễu nghiêng chao
Em đi mất hút chẳng xao xuyến lòng
Để ta lạc lõng phố đông
Bên lề đổ bóng phận long đong buồn

Đã bao lần xoãi bước đơn
Theo em mắt lả chập chờn đường tơ
Tình cờ... đâu phải tình cờ
Chẳng duyên chẳng nợ nên bờ mãi xa

Thời gian nào có phôi pha
Qua bao năm tháng tình tha thiết còn
Người ta bảo trái đất tròn
Mà sao đi mãi lạc mòn dấu chân

Sài Gòn muôn thuở phong trần
Chiều nay chếnh choáng đời tầm tã hoang
Phố vui muôn vẻ điệu đàng
Riêng ta một góc lỡ làng giấc mơ.

TÌM TRĂNG

Hoàng Cầm mải kiếm diêu bông
Ai ngờ con sáo sang sông vô tình
Bốn lần cầm lá lặng thinh
Xuân thì cuối ngõ phủi tình chị đi...

Người buồn không phải biệt ly
Yêu thầm nên chuốc những vi vu sầu
Tìm trăng mơ mộng bên cầu
Nửa vờn bóng nước, nửa chầu non xa

Diêu bông tìm mãi chẳng ra
Vầng trăng trước mặt mãi xa xăm lòng
Tình xưa tìm lá mỏi mòn
Tình nay đuổi bóng giữa dòng phù du.

TIỄN NGƯỜI

(Kính viếng hương hồn GSTS. Lâm Minh Triết)

Lại phải chia tay một kiếp người
Dẫu là qui luật vẫn khôn nguôi
Người đi kẻ ở sầu nhân thế
Vần vũ một trời nước mắt rơi

Một thuở chung tay dựng nước nhà
Thái bình khắp chốn nở ngàn hoa
Người đem tri thức soi ngàn lối
Hậu thế kết tinh những ngọc ngà

Bình dị một đời chẳng ngựa xe
Thanh tao tỏa sáng tựa trăng hè
Giảng đường giờ vắng người đi mãi
Lặng lẽ hàng cây gió chẳng về

Xin tiễn người đi một nén thầm
Từ đây giã biệt những phù vân
Khói sương lạnh tỏa mờ di ảnh
Thổn thức trời giăng sóng lệ ngầm...

(02-02-2016 _ 24/12 Ất Mùi)

SÓNG BẠC ĐẦU

Vò đầu... vợ chắt lưỡi than
Hỡi ơi...! Từng sợi mây ngàn phong sương
Bàn tay những ngón thân thương
Lùa qua ngóc ngách trăm đường ưu tư

Này là sợi đã mệt nhừ
Đường trần vinh nhục ao tù biển sâu
Gian nan một thuở mưu cầu
Sức tàn lực kiệt xoắn nhàu sợi thưa

Này là sợi của ngày xưa
Cùng em bươn trải nắng mưa dãi dầu
Ngọt ngào xuân sắc còn đâu
Giờ còn ánh mắt tình đau đáu hoài

Này là sợi thuở lạc loài
Bơ vơ giữa chốn trần ai một mình
Niềm riêng chất chứa tội tình
Bạc đầu khắc khoải bóng hình phụ thân

Này là sợi của nghĩa ân
Người dưng, kẻ lạ phù vân giữa đàng
Bát cơm Phiếu Mẫu ngàn vàng
Thái Sơn sánh những cưu mang bên đời

Này là sợi đã một thời
Bạn lừa bè phản mãi vời vợi cay
Bể dâu sóng gió đọa đày
Thuyền yên bến đậu vẫn lay lắt buồn

Này là sợi đã vuông tròn
Vòng tay bảo bọc hao mòn tuổi xanh
Mong con khôn lớn trưởng thành
Lòng già thầm nở những cành hoa xuân

Này là sợi thuở thanh tân
Đuổi hoa bắt bướm nợ nần giấc tiên
Một đời vương vấn chung chiêng
Giấu trong góc khuất ôm riêng thầm thì

Này là những sợi thiên di
Ngược xuôi vạn nẻo bước đi lớn dần
Được thua còn mất bao lần
Thân ngay tự tại vẫn lần lữa vui

Này là trăm sợi bùi ngùi
Dạ còn trăn trở muốn lùi càn khôn
Muôn điều dang dở vô ngôn
Ngồi nhìn sợi tóc lòng mòn mỏi đau…

THÔI ĐỂ CHO EM ĐI LẤY CHỒNG

Thôi để cho em đi lấy chồng
Bao năm tháng đợi mỏi mòn trông
Thơ tình anh viết mây mù... gió
Cuốn hết tuổi xuân hương sắc nồng

Vội tỉnh cơn mê hồn bỡ ngỡ
Vòng tay hoang lạnh xót xa đưa
Đêm thâu thổn thức cho ngày nhớ
Một mảnh tình phiêu bổng hóa thừa

Thôi để cho em lấy lại đời
Bờ vai đưa đón cuộc rong chơi
Bóng câu qua cửa qua nhanh lắm
Mấy chốc phai nhòa hết lả lơi

Ân ái say nồng đâu mãi hưởng
Còn tình, còn nghĩa phận thuyền quyên
Con đường phía trước còn xa ngái
Điểm mắt môi hồng với lãng quên

Thôi để cho em đi lấy chồng
Bài thơ ngày trước chẳng còn duyên
Anh về viết lại thay lời mới
Để khỏi ai kia mãi mộng phiền…

VỀ ĐI EM

Về đi em tội tình vậy đủ rồi
Vui gì đâu khi mỗi người ôm một cõi
Mãi chì chiết nhau những điều không phải lỗi
Như trẻ con xích mích đổ thừa nhau

Đời mặn ngọt chua cay vạn sắc màu
Như gia vị đậm đà thêm tươi vui cuộc sống
Điều chỉnh chút thôi để đời tươi như mộng
Lỡ quá đà... lại vô tình hất đổ cả cơm canh

Có những điều ta rất hiểu nhưng lại hóa thông manh
Để cơn giận kia lấp che mờ lý trí
Khổ thân em... khổ luôn anh... thân kẻ sĩ
Cả những mái đầu xanh ngơ ngác lạnh căm run

Đời có lúc nghiệt ngã, có lúc mượt như nhung
Chẳng sao cả vì có em chung tay đỡ
Nặng nghiệp thơ, anh cứ thả hồn bay ngoài ngõ
Sao em không đưa luôn tay đỡ như duyên phận đã ràng

Em ơi chỉ một chút chia sẻ nhẹ nhàng
Để anh mây gió với những người tình lỡ
Cùng với những câu từ mộng mơ nhung nhớ
Nhưng có bóng em trải dài suốt miền thơ...

TÌNH YÊU CHÚA LÓT VẠT NẰM

Thuở ấy ta thành kẻ tội đồ
Yêu em xóm đạo tuổi ngây ngô
Con tim trong trắng trao tay Chúa
Để mặc ta si đến dại khờ

Chúa ngự ngôi cao Chúa mỉm cười
Như thầm khích lệ vượt trùng khơi
Hồn ta bay bổng lời ca Thánh
Ta hóa chiên ngoan chuộc cuộc đời

Từ ấy chuông ngân mỗi buổi chiều
Ta theo bóng nhỏ dáng thanh liêu
Giáo đường rộng đón người ngoại đạo
Chẳng thuộc câu kinh vẫn cứ liều

Lầm bầm trong miệng chẳng ra câu
Cũng gật Amen suốt lễ chầu
Cũng xếp hàng lên nhận thánh lễ
Như người ngoan đạo chẳng thua đâu

Một buổi Chúa ban phép nhiệm mầu
Ngồi cùng hàng ghế rồi quen nhau
Bất ngờ em bảo sao gan thế
Ngoại đạo mà sao vẫn dám vào...

Cứ thế cuộc tình chắp cánh bay
Chín năm tưởng đã phận an bài
Đâu ngờ trắc trở hai đường đạo
Chưa đủ mười năm giã biệt ngày

Ta nuốt lệ trào dám trách ai
Giấu vào góc khuất kiếp lưu đày
Từng đêm trăn trở đời đau mãi
Chúa ở nơi nào có xót thay...

Mỗi độ giao mùa gió lập đông
Thánh ca mừng đón Chúa Hài Đồng
Ta nghe buốt lạnh từ tâm thức
Em ở nơi nào có nhớ không?

Nguyễn Thành

LẺ BÓNG

Ta chợt bâng khuâng một buổi chiều
Em từ hư ảo dáng liêu xiêu
Mà sao môi mắt ru ta ngã
Trên những triền nghiêng mộng mỹ miều

Từ ấy ta quên cả cõi đời
Theo em từng bước cuộc rong chơi
Bên miền sáng tối không ngơi nghỉ
Chén rượu nồng say tiếng khóc cười

Ta đã yêu rồi yêu đắm say
Trái tim câm nín dại đêm ngày
Bàn tay hụt hẫng không tay nắm
Một cõi hư không phủ đọa đày

Chẳng hiểu vì sao phận phũ phàng
Ru tình lẻ bóng vết chân hoang
Từng cơn trăn trở người xa lắm
Thả rớt chơi vơi giấc địa đàng

Ta chuốc vào ta những thẫn thờ
Ném tràn khao khát những vần thơ
Ngu ngơ lạc giữa miền thương nhớ
Bỗng thấy trong ta hóa dại khờ.

Nguyễn Thành

ĐI TÌM KÝ ỨC

Sài Gòn lạ lẫm mùa đông
Lấm lem ngày nắng phiêu bồng mù sương
Đi tìm ký ức mười phương
Nẻo nào cũng trống hoác vương tơ buồn

Người đem tình cũ vo tròn
Ta ngồi gỡ mãi mỏi mòn tháng năm
Sầu theo vấp mãi thăng trầm
Gặm mòn nỗi nhớ ngấm ngầm đi hoang

Miền đau dẳng dặc riêng mang
Vang lời ca thánh đêm tràn hư không
Ngậm ngùi nén tả tơi lòng
Tháng Mười Hai lại nhớ vòng tay xưa

Trời đày muôn nẻo đón đưa
Rong rêu phủ kín chiều mưa phũ phàng
Đường đời lối tắt lối ngang
Riêng ta một cõi nặng mang ngục tù

Thánh đường chuông đổ mộng du
Mấy mươi mùa rét hồn mù mịt đau
Đi tìm ký ức ở đâu?
Chúa trên thánh giá gục đầu lặng thinh…

TRƯỜNG CA TÌNH BUỒN
(Bài 1)

"Ai đem con sáo sang sông,
Để cho con sáo sổ lồng nó bay."
Vương sầu ngọn trúc lắt lay
Trơ gan bóng chiếc lá bay qua cầu

Trời gầm đổ giọt mưa ngâu
Đường mây Ô Thước dãi dầu bước chân
Trăm năm lấm bước phong trần
Đuổi theo hư ảo tình lần lữa xa

"Ai làm cho bướm lìa hoa,
Cho chim xanh nỡ bay qua vườn hồng."
Đường chia trăm lối sầu đông
Giữa đàng ngơ ngác chất chồng giấc mơ

Ngược dòng sóng vỗ xô bờ
Bên bồi bên lở chơ vơ bến đò
Rơi dầm lỡ hẹn câu hò
Chim trời bóng cá xa mờ ngóng trông

"Ai đi muôn dặm non sông,
Để ai chất chứa sầu đong vơi đầy."
Chòng chành buồn gởi chân mây
Hồn nương gió thoảng theo ngày vào đêm

Hắt hiu vàng tỏa bên thềm
Nguyệt ôm gối mộng nghiêng triền hư hao
Thì thầm ngọn liễu lao xao
Vỗ về giấc ngủ giấu đau bẽ bàng

Ngoài kia lấp ló mảnh trăng
Ánh len khe cửa buông mành tịch đêm...

TRƯỜNG CA TÌNH BUỒN
(Bài 2)

*"Ai xin anh lấy được mình,
Để anh vun xới ruộng tình cho xanh.
Ai xin mình lấy được anh,
Bõ công bác mẹ sinh thành ra em."*

Giở miền ký ức ra xem
Ngày xưa chung lối... lấm phèn đôi chân
Biết đâu ngày tháng phù vân
Hái hoa kết cỏ trao thân thề nguyền

Xô chiều mở lối trăng lên
Để đêm ước nguyện rơi miền hư không
Môi thơm vừa chạm chưa nồng
Ngọc ngà mới thoảng chưa tròn ái ân

Yêu thương còn vướng ngại ngần
Tơ hồng đợi thắt nợ nần nên duyên
Quả cau chưa bổ đã nghiêng
Vôi chưa kịp thắm đã quên tháng ngày

Em đi cánh rộng đường bay
Lá trầu chưa hái gió lay lắt tàn
Bên thềm loang ánh trăng tan
Tịch đêm hun hút ngút ngàn bóng em

Đôi chân chưa cởi áo phèn
Vội tung tăng chốn ánh đèn xa hoa
Mắt huyền gợn nét kiêu sa
Mau quên lối cũ sương sa giọt chờ

Trời buồn mây cũng hững hờ
Đường xưa hoang hoải bụi mờ dấu xuân
Hoàng hôn ngả bóng bần thần
Cơn mưa ập xuống đời trần trụi đau.

TRƯỜNG CA TÌNH YÊU
(Bài 3)

"Phải duyên, áo rách cũng màng
Không duyên, áo nhiễu, nút vàng chẳng ham"
Em còn mảnh yếm phòng thân
Sợi dây lỏng lẻo tuột dần nết na

Thương em cái tánh thật thà
Của dành cho hết về nhà nín thinh
Anh xin gom hết chữ tình
Một thời xõa mộng phơi mình dưới trăng

Đường quê ngõ tắt lối ngang
In chân nhan sắc rực vàng ngậy hương
"Tơ tằm đã vấn thì vương,
Đã trót dan díu thì thương nhau cùng"

Ta về nhận họ người dưng
Qua cầu con nước nhớ nhung dâng trào
"Thân em như hạt mưa rào
Hạt rơi xuống giếng hạt vào vườn hoa
Thân em như hạt mưa sa
Hạt vào đài các, hạt ra ruộng cày"

Anh đây sính lễ đôi tay
Một bờ vai rộng dựa ngày gối đêm
Cho em tròn giấc êm đềm
Chẳng lo hạt rớt bên thềm bay hoang

Khi nào đời tắt ánh trăng
Biển Đông cạn nước sang ngang tình nồng
Đợi mùa lúa trổ đòng đòng
Ngựa xe kiệu rước… vợ chồng nên duyên.

Nguyễn Thành

TÀN NĂM BÓNG LỆCH

Ta thấy bóng ta ở cuối ngày
Theo tờ lịch tận thoảng mây bay
Như còn ấm ức điều chưa thể
Sợi tóc phai nhàu nợ trả vay

Ngoảnh lại thấy ta đã cuối đường
Chẳng còn ngã rẽ ở muôn phương
Giữa trời khắc khoải chiều hư nắng
Khoác áo vô thường dạ vấn vương

Xuôi ngược dòng đời vẫn nổi trôi
Ta bà vẫn động chỗ ta ngồi
Trăm năm còn dở trầm luân kiếp
Đành phải xoay vòng đến hết hơi

Lão Địa, Thần Tài nghễu nghện cười
Giờ thiêng chưa tới mải rong chơi
Để ta sụp lạy oằn xương sống
Ngẩng mặt mắt hoa quá nửa đời

Sức đã kiệt cùng theo tháng năm
Muốn treo số phận chỗ ta nằm
Con tàu mãi nghiến đường ray rứt
Cõng hết điêu linh đếm nhịp thầm

Em cởi áo hoa nổi bão tình
Mạch ngầm huyết quản lại hồi sinh
Vươn vai đứng dậy đùa nhân thế
Bỏ lại năm cùng những nhục vinh

Chén rượu đong đưa ngây ngất nồng
Xô bờ sóng dậy nổi cơn ngông
Với tay xé lịch qua ngày mới
Thấy khoảng trời xanh nắng ngập đồng...

HOA MẮC CỠ

Ngày xưa chung lối trường làng
Đuổi hoa bắt bướm chiều vàng chân mây
Tuổi thơ vương dấu những ngày
Bên bờ suối vắng bay bay cánh diều

Niềm mơ thả bổng hương chiều
Giả vờ giao ước muôn điều ngày sau
Đời mình một cõi riêng nhau
Hái hoa mắc cỡ trao nhau câu thề

Đùa chơi ngày ấy ngô nghê
Ai ngờ xao xuyến lối về heo may
Em e ấp giấu bàn tay
Như hoa mắc cỡ gió lay khép hờ

Hồn tôi nghiêng ngả xao bờ
Chìm trong ánh mắt thẫn thờ chơi vơi
Tóc thề em xỏa buông lơi
Hương trinh phảng phất biển khơi dâng triều

Nắng vương bờ cỏ mỹ miều
Mộng đưa theo những cánh diều ngày xưa
Trăm năm nguyện ước đò đưa
Bến bờ miên viễn nắng mưa chẳng màng

Nào ngờ mộng gãy giữa đàng
Lời còn ấp ủ gió sang cuối mùa
Mưa buồn đọng liễn song thưa
Cánh chim biệt xứ tình chưa kịp tròn

Ôm vành trăng vỡ mỏi mòn
Vàng xô ánh cuộn nỗi buồn về đâu
Đơn côi lẻ bóng chìm đau
Tìm về hư ảo bên nhau một thời

Chim di sải cánh phương trời
Bỏ tôi lối cũ vương đời hoa xưa
Hái hoa mắc cỡ ngày mưa
Gai đâm rỉ máu xót đưa cuộc tình.

Nguyễn Thành

THƠ TẶNG VỢ 8-3

Ngày này tháng nọ năm xưa
Anh chờ em dưới cơn mưa trước nhà
Chẳng hoa cũng chẳng có quà
Có con tim nóng vỡ òa nhịp yêu

Mà sao tình đượm bao điều
Vi vu trên phố những chiều dạo chơi
Mồ hôi đọng giọt đầy vơi
Mặt ngời rạng rỡ nụ cười trao nhau

Số mình hai đứa chẳng giàu
Vẫn nên duyên nợ vẫn âu yếm nồng
Trải qua gian khổ chất chồng
Cửa nhà yên phận nợ đồng lần qua

Tay em những ngón ngọc ngà
Nâng anh từng bước thăng hoa với đời
Nhọc nhằn giấu dưới nụ cười
Ân tình nghĩa nặng ngời ngời tháng năm

Lặng trôi trăng đã quá rằm
Vết nhăn ẩn dưới thăng trầm nhuốm sương
Trăm năm nợ vẫn còn vương
Tay anh vẫn đủ yêu thương ôm tròn
Trao em triệu triệu cánh hồng
Từ tim anh nở đượm nồng sắc xuân.

MỘNG QUỲNH

Nhất dạ hương quỳnh gió lả lơi
Đêm ban yến tiệc ánh trăng ngời
Ngọc ngà bóng nguyệt trêu nhân thế
Ta mộng thiên thai giữa biển đời

Có phải em từ uẩn khúc xưa
Tránh loài đế tặc ngụy trêu đùa
Trầm mình để giữ đêm trinh tiết
Vẹn cánh thiên thu phận chuyển mùa

Ẩn hiện hình hài giữa tịch đêm
Khúc nghê đối ẩm quyện môi mềm
Lung linh vũ điệu ngàn tay tỏa
Say đắm hồn phiêu lạc cõi nghiêm

Ta tự ngàn xưa vẫn nợ nần
Say hương ảo ảnh giấc phù vân
Tàn canh ru mộng hồn ngây ngất
Rồi khóc ngày lên phủ mộ phần…!

TRĂM NĂM VẪN KHẢI HUYỀN

Lạ... bỗng một chiều thức giấc xuân
Mạch ngầm nổi loạn những âm thầm
Trái tim quẫy đạp tung lồng ngực
Máu chảy theo dòng mắt lệ câm

Ta đã yêu rồi em biết không
Vấn vương hơi thở quyện men nồng
Gió bay suối tóc che đầu bạc
Da thịt chạm nguồn nổi bão giông

Ta ngoảnh lòng đi ém nỗi buồn
Phong ba chợt tắt dạ vô ngôn
Lối về hoang hoải trăng đầu ngõ
Rắc ánh vàng rơi quấn gót mòn

Vẫn rực trong ta những nỗi niềm
Khát khao cất giấu mảnh trời riêng
Bóng em hoang dại còn in mãi
Từ thuở trăm năm vẫn khải huyền.

RU TA ĐOẠN TRƯỜNG

Chiều nay cơn gió trở đông
Tràn qua phố nhớ chạnh lòng lối xưa
Bước chân hờn dỗi đẩy đưa
Sao ta đứng lặng dầm mưa giữa trời?

Xa hun hút... cạn tâm lời
Mấy mùa trút lá tiễn người qua sông
Mấy mùa hư ảo ngóng trông
Cánh chim biệt xứ lên vồng nỗi đau

Đem buồn ươm những hạt nhàu
Cây sầu trổ nhánh bạc màu thiên thu
Lời thề hóa điệu nhạc ru
Ru ta ngày tháng phiêu du ta bà

Từng đêm nỗi nhớ vỡ òa
Rét căm chăn chiếu nhạt nhòa giấc mơ
Ngả nghiêng lời chuốt vào thơ
Bóng ôm gối chiếc thẫn thờ hư không

Tàn trăng ánh lắt lay hồn
Tỏa vàng loang lổ cuộn tròn duyên trôi
Đầu non nhành liễu tả tơi
Chênh vênh một cõi trông vời vợi xa

Mà thôi... còn bóng với ta
Có thương xin hãy ru ta đoạn trường...!

Nguyễn Thành

ĐỪNG VÍ EM

Anh yêu ơi!
Đừng ví em là gió
Gió vô tình chỉ chợt thoảng qua
Không thể vỗ về trái tim anh
Những lúc anh bước hụt hẫng trên đường đời…

Anh yêu à!
Đừng ví em là hoa
Hoa chỉ rực rỡ như phù du
Không thể cho anh hơi ấm mặn nồng
Và từng đêm rực lửa thiêu cháy hư vô…

Anh yêu ơi!
Đừng ví em là trăng
Vì trăng tròn khuyết theo chu kỳ
Và chẳng có ban ngày để anh mơ mộng
Em sẽ luôn là một ngày mới tràn đầy sức sống
Sau một đêm huyền ảo vun đầy giấc mơ ngoan...

Anh yêu à!
Cũng đừng đưa em vào những vần thơ bay bổng
Rồi những lúc cuộc sống xô bồ cuốn trôi quên mất
Để em lạc loài giữa những dòng chữ ngổn ngang
Và em đây chính là những vần thơ bất diệt
Chẳng có câu chữ nào lột tả hết thăng hoa...

....
Trăm năm một cõi mộng thường
Chuyến xe đi hết con đường vương mang
Đôi ta chung túi hành trang
Một đời viên mãn ươm vàng mầm xanh...

NGẠO ĐỜI

Em hương sắc thách xuân thì
Bóng câu chờn bước cánh di nghìn trùng
Bay qua muôn nẻo chập chùng
Cười xinh ngạo nghễ ung dung với đời

Đôi lần cũng chợt chơi vơi
Xem hề vụng diễn thốt lời dối gian
Nghĩ mình ở tạm trần gian
Thì thôi chơi nốt trăng tan hẵng về

Mặc ai khinh rẻ câu thề
Trăm năm tình trỗi khúc nghê thường buồn
Buồng cau giữa chợ bán buôn
Lỡ phiên gãy gánh nửa hồn thương đau

Đa đoan cánh lụa dĩ dầu
Em ra biển lớn ươm màu thuyền quyên
Buông tay chẳng ngại trời nghiêng
Thênh thang giữa phố khoe duyên với người

Cung đàn hữu ý lả lơi
Cuộc chơi vô ngã đầy vơi dạ sầu
Thong dong với cuộc bể dâu
Mai về bến đợi hợp châu khúc tình...

Mục lục

1- Tiếng thì thầm của đêm	20
2- Thổn thức chiều mưa	22
3- Riêng một góc trời	23
4- Trái tim khóc thầm	24
5- Mai em đánh thức nụ cười	26
6- Gõ cửa mùa xuân cũ	28
7- Em đừng khóc	29
8- Cái bóng dửng dưng	30
9- Mẹ tôi	32
10- Đêm	33
11- Đêm lạc loài	34
12- Ôm hư ảo trăm năm tật nguyền	36
13- Có những người đàn bà	38
14- Lạ thật	40
15- Cái bóng ta đâu…? Bán mất rồi	42
16- Mưa hạ	44
17- Soi đời hẩm hiu	45
18- Tự tình	46
19- Hoài cảm	47
20- Lạc bến	48
21- Lưu ly	49
22- Gột rửa	50
23- Hoa dại bên đường	52
24- Có những	54

25- Ngu ngơ	56
26- Sài Gòn	58
27- Mộng ngày	60
28- Ừ thì thôi!	61
29- Hư	62
30- Sầu quanh chén rượu rơi buồn	64
31- Lỡ làng giấc mơ	66
32- Tìm trăng	68
33- Tiễn người	69
34- Sóng bạc đầu	70
35- Thôi để cho em đi lấy chồng	72
36- Về đi em	74
37- Tình yêu chúa lót vạt nằm	76
38- Lẻ bóng	78
39- Đi tìm ký ức	80
40- Trường ca tình buồn (bài 1)	82
41- Trường ca tình buồn (bài 2)	84
42- Trường ca tình yêu (bài 3)	86
43- Tàn năm bóng lệch	88
44- Hoa mắc cỡ	90
45- Thơ tặng vợ 8-3	92
46- Mộng quỳnh	94
47- Trăm năm vẫn khải huyền	95
48- Ru ta đoạn trường	96
49- Đừng ví em	98
50- Ngạo đời	100

Liên lạc Tác giả
Nguyễn Thành
rose61187@yahoo.com

Liên lạc Nhà xuất bản
Nhân Ảnh
han.le3359@gmail.com
(408) 722-5626

www.ingramcontent.com/pod-product-compliance
Lightning Source LLC
Chambersburg PA
CBHW052101280426
43673CB00069B/10